आरसा आणि मी

एक सेल्फी मनाचा

वरुण भागवत

ISBN 979-8-89067-979-6

आरसा आणि मी - एक सेल्फी मनाचा!

स्वत:पासून हरवत जाणाऱ्या स्वत:चाच शोध घेण्याचा प्रयत्न!

संकल्पना आणि लेखन - वरुण भागवत

चित्रांकन - पूनम गोडसे- भागवत

कृतज्ञ

5

प्रा. श्यामराव जोशी (गुरू आणि प्रेरणास्थान)

श्री. आशिष जगताप (मित्र आणि पुस्तक प्रकाशनातील वाटाइया)

एकदा आरसा म्हणाला,

"मी प्रत्येकाचा आरसा, पण आजकाल कोणाला माझ्याकडे पाहायला वेळ नाही. म्हणजे, कोणाला स्वतःकडेच नीट पाहायला वेळ नाही.

एकटेपणा, नैराश्य, अपेक्षा, जबाबदारी, नकारात्मकता, त्रास, या साऱ्याचं ओझं प्रत्येकाला न मागताच मिळालंय.

हे ओझं हलकं आणि सोपं करण्याची उत्तरं माझ्यामध्ये डोकावून पाहिल्यावर मिळतात, पण त्यासाठी माझ्याशी संवाद हवा, अर्थात स्वसंवाद!"

अनुक्रमणिका

۹.

१. ...आणि कळलं मी एकटा नाही

मी बोलत होतो. ते ऐकत नव्हते.

मी पाहत होतो. ते लक्ष देत नव्हते.

ते त्यांच्यात होते. मी कोणाच्यातच नव्हतो.

ते त्यांचं जगत होते. मी जगायचंच विसरत होतो.

ते अजून तिथेच होते. मी मात्र घरी आलो.

घरीही कोणी नव्हतं. मी केव्हापासून एकटाच होतो.

सहज आरशात लक्ष गेलं आणि

"आइना देख कर तसल्ली हुई,

हम को इस घर में जानता है कोई।"

'गुलजार जी' यांच्या या पंक्ती आठवल्या,

आणि कळलं मी एकटा नाही.

२.

२. सांग दर्पणा

मी : मनात जे चाललंय ते या कोऱ्या पानावर लिहावंसं वाटतं.

आरसा : मग लिहीत का नाहीस?

मी : कोणी वाचेल याची भीती वाटते!

आरसा : मग नाही लिहायचं.

मी : दुसरा उपाय काय?

आरसा : जे वाटतंय ते मला सांगायचं. पद्धत कोणतीही असो.. हसून, ओरडून, अथवा रडून!! सांगून मोकळं होणं महत्त्वाचं!

3.

३. आत्मपरीक्षण

मी   : आत्मपरीक्षण म्हणजे?

आरसा : रोज एकदातरी मला निरखून बघणं!

8.

४. आरशासारखं!

मी : कितीही लपवायचा प्रयत्न केला तरी एक ना एक दिवस सत्य बाहेर पडतंच!

आरसा : म्हणूनच म्हणतो, आरशासारखे स्वच्छ राहा, किमान माझ्या समोर तरी!!!

4.

५. मी आणि तू

मी　　: तू आणि मी म्हणजे काय?
आरसा : अद्वैतातलं द्वंद्व!

६.

६. नातं

मी   : तुझ्या माझ्या नात्याची व्याख्या सांग.

आरसा : एका मनाने

दुसऱ्या मनाशी

मनातला संवाद

मनापासून साधण्यासाठी मानलेलं

मनातलं मित्रत्वाचं नातं!

७.

७. महत्त्वाची गोष्ट!

(मी आरशासमोर उभा राहून तयार झालो. आवरून निघू लागलो.)

आरसा : कुठे निघालास?

मी : कुठे म्हणजे? कामाला!

आरसा : थांब! खूप महत्त्वाची गोष्ट विसरतोयस!

मी : ती कोणती?

आरसा : माझ्यासोबत गप्पा!

मी : ??

आरसा : स्वसंवाद लेका.. स्वसंवाद!

6.

८. मी

मी : माझी सकाळ कशी व्हावी हे कोणावर अवलंबून?

आरसा : माझ्यावर!

۶.

९. ट्युनिंग

मी : माणसांच्या स्वभावाची गंमत वाटते

आरसा : का?

मी : दोन माणसांत उत्तम ट्युनिंग असतं. सगळं व्यवस्थित चालू असेल तर एकमेकांचं केवढं कौतुक होतं.

आरसा : आणि बिनसलं तर?

मी : तू किती चुकीचा आणि मी कित्ती बरोबर असं दोघेही म्हणतात.

आरसा : अगदी योग्य निरीक्षण आहे तुझं.

मी : हं!

आरसा : पण तुझ्या - माझ्यात तसं काही नाही.

मी : म्हणजे?

आरसा : इथे चुकलो तरी दोघांमुळे चुकलो आणि जिंकलो तरी दोघांमुळे जिंकलो. कोणी कोणाला दोष देण्याचा प्रश्नच नाही.

मी : असंच पाहिजे ना प्रत्येकांचं ट्युनिंग?

आरसा : कसं?

मी : आरशासारखं मिळतं जुळतं!

10.

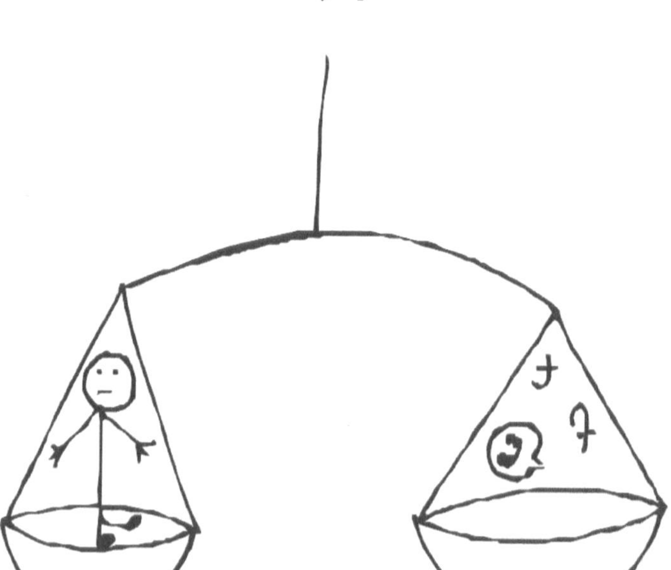

१०. सोशल साईट्स आणि आनंद!

आरसा : काय रे? तोंड का पाडलयस?

मी   : काही नाही.

आरसा : मला तर सांग.

मी   : सोशल साईट वर सध्या माझे अपडेट्स नाहीत. लोक किती खुश असतात बघ ना!

आरसा : म्हणजे तू खुश नाहीस?

मी   : त्यांच्याइतका नाही.

आरसा : असं का?

मी   : कारण तशा माझ्या अपडेट्स नाहीत.

आरसा : यांचे फोटो बघून हे खुश आहेत असं वाटतं का तुला?

मी   : हो.

आरसा : अरे, तू जास्त खुश आहेस की मी, हे दाखवायला इथे स्पर्धा चालू असते जी तुझ्यासारख्या एकलकोंड्याना डिप्रेस करायला खूप होते. आनंदाचं परिमाण चुकतंय असं नाही वाटत?

११. लोक!

आरसा : आजकाल सारखा माझ्याशी बोलायला येतोस. काही विशेष?

मी : बरं वाटतं.

आरसा : नाही... अचानक इतका बदल? आधी कायम मित्रांमध्ये असायचास.

मी : कारण आधी मित्र भेटायचे. आता लोक भेटतात.

आरसा : म्हणजे?

मी : मित्रांमध्ये रमता येतं. लोकांमध्ये नाही. मित्र आपले!

आरसा : आणि लोक?

मी : कोणाचेच नाहीत.

आरसा : आणि ही उपरती कधी झाली?

मी : दुनियादारीशी संपर्क आल्यावर!

१२.

१२. माणसं

मी : दुनियादारी कळण्याआधी माणूस दुनियेची पर्वा
न करता, स्वच्छंद जगत असतो.

आरसा : पण आता कळलीये ना दुनियादारी! मग पर्वाही
करायची आणि जुळवूनही घ्यायचं!

मी : तू मला बसल्या बसल्या उपदेश करू नकोस!

आरसा : मग तू माझ्याकडे सारखा सारखा येऊ नकोस!

मी : बरं वाटतं रे तुझ्यासोबत!

आरसा : पण माझ्यासोबत किती राहशील? 'लोकांमध्ये'
तुला जावंच लागेल.

मी : मी म्हटलं ना, 'लोकांमध्ये' रमता येत नाही.

आरसा : पण 'माणसांमध्ये' रमता येतं आणि त्या
लोकांमध्ये काही काही "माणसं" नक्की असतील.

मी : माणूस आणि लोकांमध्ये काय फरक?

आरसा : तू म्हणतोस तसं 'लोक' कोणाचेच नाहीत. पण
माणसामध्ये माणुसकी असते. त्यामुळे 'माणूस'
आपला होऊ शकतो.

मी : मग भेटेल मला हा 'माणूस?' एक तरी?

आरसा : एक काय.. शोधलीस तर अनेक 'माणसं' भेटतील.

83.

१३. असा कसा हा रोज वेगळा?

मी   : आज भेटलेला माणूस उद्या वेगळा वागतो.
        याला कोण कारणीभूत?
        माणूस की परिस्थिती?
आरसा : माणसाने निर्माण केलेली परिस्थिती!

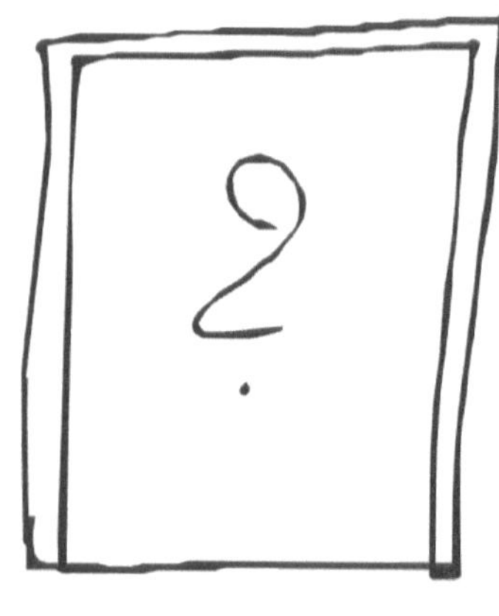

१४. मी माणूस ओळखतोय...

मी   : छ्या!! ही माणसं ओळखणं महाकठीण आहे.

आरसा : खरंय.. पण तरीही ही माणसं शिकणं
        अभ्यासपूर्ण आहे.

मी   : हा अभ्यास कधीतरी पूर्ण होईल का?

आरसा : कधीच नाही.

मी   : असं होऊ शकतं का की एखादा माणूस मी
        पूर्णपणे ओळखला?

आरसा : नाही.

मी   : एखादा पण नाही?

आरसा : अरे तो एखादा सोड. या जन्मात तू मला सुद्धा
        पूर्णपणे ओळखू शकणार नाहीस.

84.

१५. आड कोण येतंय?

(आरशात पाहत होतो. मला हवी ती प्रतिमा सापडत
नव्हती.)

मी   : तू बदलल्यासारखा का वाटतोयस?

आरसा : कारण तू ज्याला बघायचा प्रयत्न करतोयस तो
          मी नव्हेच!

मी   : म्हणजे?

(आरशात दोन प्रतिमा दिसू लागल्या. या नव्या
प्रतिमेकडे पाहत जुन्या प्रतिमेला उद्देशून मी विचारलं)

मी   : ही प्रतिमा कोणाची? हे आपल्या दोघांच्या आड
          कोण आलंय?

आरसा : अहंकार!

१६. गुरफटून

(आरशातील प्रतिमा अंधुक दिसत होती.)

मी : तू अस्पष्ट दिसतोयस!

आरसा : कारण तू तुझ्यात असून तुझा नाहीयेस!

मी : म्हणजे?

आरसा : माणूस स्वतःमध्ये गुरफटून गेल्यावर जे होतं ते हे!

मी : म्हणजे नेमकं काय होतं?

आरसा : म्हणजे, अशावेळी धड ना तो लोकांचा असतो, धड ना तो स्वतःचा असतो!

त्यामुळे बाकी काही तर तू बघतच नाहीयेस नि तुला मी सुद्धा स्पष्ट दिसत नाहीये!

१७. दुःख

मी : आजकाल मी फार तक्रारी सांगतोय माझ्या.

आरसा : कोणाला?

मी : तुला आणि कोणाला! दुसरं कोणी असतं का आपलं रडगाणं ऐकून घ्यायला?

आरसा : हे लवकर ओळखलंस ते बरं झालं.

मी : म्हणजे?

आरसा : म्हणजे, आपलं दुःख आपल्यालाच सहन करावं लागतं.

मी : मग आपली माणसं असतात ती नेमकी कोणती? आणि अशा वेळी कुठे असतात ती?

आरसा : आपली माणसं फार कमी. हां, त्यांना सांग तुझं दुःख, पण लोकांना सांगायला जाऊ नकोस. कारण निम्म्या लोकांना त्याची पडलेली नसते आणि निम्मे, तुझं दुःख पाहून मनातल्या मनात खुश होतात की आपल्यापेक्षा अधिक त्रासात अजून कोणीतरी आहे.

त्यामुळे असं दुःख वाटत फिरू नकोस!

48.

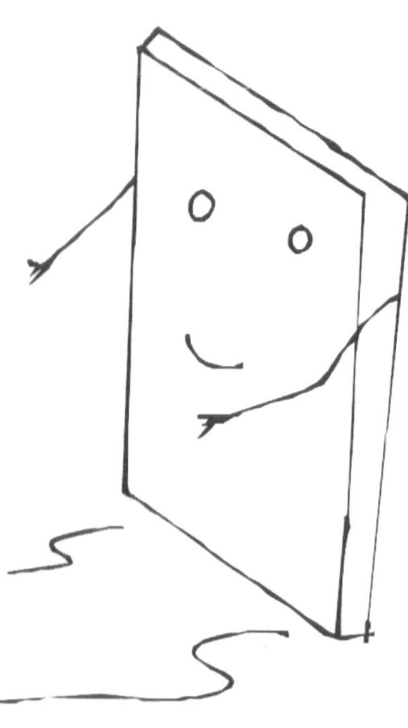

१८. एकांत

मी   : थोडा एकांत हवाय.

आरसा : मी जाऊ का?

मी   : तू नको जाऊस.

आरसा : मी असलो की एकांत कसा मिळेल?

मी   : या एकांतात तुझी साथ तर सगळ्यात
          महत्त्वाची! प्लीज, असा सोडून जाऊ नकोस!

٤٩.

१९. सहन

मी   : मी खूप सहन करतोय.

आरसा : सगळेच करतात.

मी   : अती होतंय!

आरसा : सगळ्यांनाच होत असतं.

मी   : पण सहनशक्तीच्या पलीकडे गेलं तर काय करायचं?

आरसा : सहनशक्ती वाढवायची!

मी   : आणि सहन न करता; आहे ते बदलायचं ठरवलं तर?

आरसा : मग तर सहनशक्ती अजूनच वाढवायची.

मी   : का?

आरसा : कारण आहे ते सहन करणं एकवेळ सोपं, पण बदलणं कठीण.

बदलताना सामोऱ्या येणाऱ्या गोष्टी सहन करणं तर महाकठीण!

मी   : मग बदलायचंच नाही का?

आरसा : असं कोण म्हटलं? मी म्हणालो की सहनशक्ती वाढवायची. बाकी तू ठरवायचं!!!

२०.

२०. रंग

आरसा : चेहऱ्यावरचा रंग का उडालाय?

मी : रोज तोच दिनक्रम,

रोज तेच काम,

रोज तेच जगायचं,

रोज तोच रंग.

आरसा : वेगळं काय अपेक्षित आहे?

मी : काहीतरी वेगळं!

आरसा : 'काहीतरी वेगळं' हे खूप अस्पष्ट उत्तर झालं. नेमकं काय वेगळं हवं?

मी : ठाऊक नाही. पण कुठला तरी वेगळा रंग आयुष्यात हवा, जो आयुष्य रंगीत करेल.

आरसा : मग तो रंग तूच शोध.

मी : कसा?

आरसा : कुठला रंग हवाय यासाठी माझ्यात डोकावून पाहा. म्हणजे तुला काय आवडतं ते सापडेल, कदाचित!

२१.

२१. मी तुझा सांगाती

मी : अस्वस्थ वाटतंय. रडू येतंय.

आरसा : मग रड.

मी : 'रडणं' हे काही उत्तर नाही.

आरसा : आहे.

मी : त्याने काय होईल?

आरसा : मन मोकळं होईल.

मी : रडणं हे कमकुवत माणसाचं लक्षण आहे.

आरसा : खोटंय हे! तुझ्या जिगरी दोस्ताला त्याच्या अगदी गरजेच्या वेळी जेव्हा जवळ घेतलं होतंस, तेव्हा कसा ढसाढसा रडला होता तो! तू रडू दिलं होतंस त्याला. याचा अर्थ तू मित्राला कमकुवत केलंस का?

मी : शब्दात पकडू नकोस.

आरसा : जे घडलं ते सांगतोय. तुझा मित्र नंतर अगदी मोकळा झाला होता. मी तर म्हणतो, ढसाढसा रड. अस्वस्थता जाईल.

मी : त्याच्याजवळ तेव्हा मी होतो, म्हणून तो मोकळा झाला. माझ्याजवळ आत्ता कोण आहे?

आरसा : मी आहे ना, तुझा सांगाती (साथी)!!!

२२.

२२. आसवं

आरसा : "असं रडू, जसं सावकाराघरचं व्याज! थांबतच नाही", हे गो.नी. दांडेकरांचं वाक्य अगदी खरं केलंस.

मी : म्हणजे?

आरसा : म्हणजे इतकं रडूनही अजून आसवं येतायत. थांबतच नाहीत.

मी : मग करू तरी काय? पुढचं दिसत नाहीये काहीच!

आरसा : कसं दिसेल? डोळ्यांत इतकं पाणी साठलंय. (रुमाल पुढे करत) आधी डोळे पूस.

मी : तूच म्हणालास की रडून मोकळं वाटेल, पण हे रडू थांबतच नाहीये.

आरसा : खूप दिवस अडकलेला बांध फुटलाय. इतका सहज कसा थांबेल? अडवू नकोस.

मी : पण फार धूसर आहे पुढचं चित्र!

आरसा : हळूहळू दिसेल नीट.. थोडा वेळ दे. आसवांतून अस्वस्थता निघून जाईल. पुढची नजर स्वच्छ होईल आणि हळूहळू पुढचं सगळं नीट दिसत जाईल. पण थोडा धीर धर!

२३.

२३. अश्रू म्हणजे?

मी   : अश्रू म्हणजे?

आरसा : अतिरेक!

मी   : कशाचा?

आरसा : दुःखाचा आणि आनंदाचा!!

२४.

२४. सकारात्मक ऊर्जा!

आरसा : काय साहेब? कुठे निघालात?

मी : एक सेमिनार आहे. तीन तासांत सकारात्मक ऊर्जा मिळवा.

आरसा : (हसू दाबत) फी किती?

मी : तीन हजार रुपये.

आरसा : (डोक्याला हात मारत) अरे बाबा, सकारात्मक ऊर्जा अशी किलोवर विकत घेता येत नसते.

मी : (वैतागत) मग कुठून मिळवू?

आरसा : (तोऱ्यात) माझ्याकडून!

मी : कशी?

आरसा : दिवसातला फक्त एक तास माझ्यासाठी काढून.

मी : जास्त मागतोयस!

आरसा : मागणी रास्त आहे. पण चल, दिली थोडी सूट! आठवड्यातले काही तास मला दे.

मी : आणि काय करू?

आरसा : त्या वेळात मी म्हणेन तेच करायचं. मला वागावं वाटेल तसं वागायचं! अगदी दिलखुलास!

मी : (कुत्सितपणे) मग मिळेल का किलोभर एनर्जी?

आरसा : (मनापासून हसत) अरे किलो सोड! टनाटनाने
मिळेल.

मी : तुझी काय फी?

आरसा : तुझा अमूल्य वेळ!

२५.

२५. हास रे!

मी	: या हसऱ्या माणसांकडे बघून मला खूप फ्रेश
वाटतं.

आरसा : हो, खरंय. यांच्यात एक वेगळंच सामर्थ्य
असतं!

मी	: कसलं?

आरसा : आपल्या ओठांची सरळ रेष वक्र करून त्या
स्मितहास्याने तात्पुरतं का होईना, वक्र
माणसालाही सरळ करण्याचं!

२६.

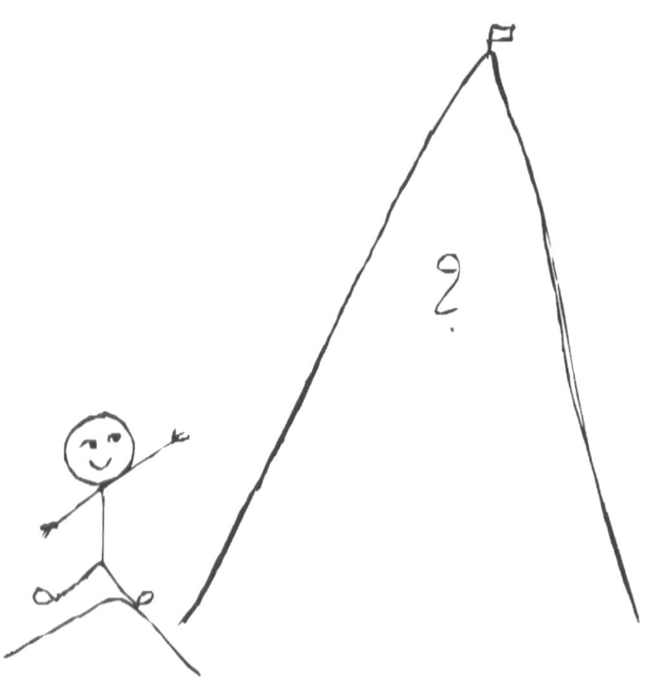

२६. बदल

मी   : 'बदल' हा माणसाला कसा बदलू शकतो?

आरसा : अथपासून इतिपर्यंत बदलू शकतो!

২৭.

२७. सामोरं

आरसा : समोर आलंय ते स्वीकारायला हिम्मत लागते.

मी   : आणि ते बदलायचं असेल तर?

आरसा : रिस्क घेण्याची तयारी.

२८.

२८. जमेल?

(टकाटक इस्त्री केलेला पांढरा स्वच्छ शर्ट, त्यावर ग्रे कलरची पँट, साजेसे पायमोजे आणि बूट घातले. आरशात पाहून केसांचा चोपून भांग पाडला.)

आरसा : रेडी?

मी   : हं!

आरसा : आज इतकी तयारी? काही विशेष?

मी   : हं, आज नवी सुरूवात!

आरसा : कसली?

मी   : कामाची! नवं ऑफिस, नवी नोकरी.

आरसा : व्वा! ऑल द बेस्ट!

मी   : थँक्स... जमेल मला नवं काम?

आरसा : हो.. सहज!

मी   : तुझ्यात इतका आत्मविश्वास येतो कुठून?

आरसा : कारण मी गोष्टी सोप्या ठेवतो.

मी   : म्हणजे?

आरसा : आत्ता वाजलेत सकाळचे साडेसात. तुला नऊ वाजता कामावर पोचावंच लागणार आहे.

मी   : हो. मग?

आरसा : मग काय? जाऊन धडकायचं. नऊ वाजता,
हातात येईल ते काम करावंच लागणार आहे!
केलं की आपोआप जमणारच आहे! त्यामुळे
आत्ता या चर्चेला तसा अर्थच नाही. 'जमेल'
असं म्हणायचं, म्हणजे नवा बदल लवकर
आपलासा होईल. पाण्यात पडलं की पोहता
येईल आणि थोड्या गटांगळ्या खाल्ल्यास की
ते अधिक संस्मरणीय ठरेल.

२९.

२९. आपल्यासारखंच कोणीतरी!

मी : आज तुला बाहेर शोधत होतो.

आरसा : म्हणजे?

मी : तू आणि मी सारखेच आहोत ना!

आरसा : हो अगदी सेम टू सेम!

मी : हां, मग आपल्यासारखंच कोणीतरी शोधत होतो.

आरसा : का बरं?

मी : आज नव्या जॉबचा पहिला दिवस. मग बघत होतो की कोणी मिळतंय का माझ्यासारखा विचार करणारं आणि माझ्याशी बोलणारं!

आरसा : मिळालं का मग?

मी : हो.. बऱ्याच वेळाने.

आरसा : मग बोललास?

मी : हो.. तेवढ्यापुरतं का होईना, तो ही बरं बोलला माझ्याशी! थोडे विचार जुळले.

आरसा : एक दिवसात??

मी : म्हणजे असं वाटलं की जुळतील!

आरसा : चांगलंय! अशीच अनेक समविचारी माणसं तुला
मिळू दे! म्हणजे माझं काम थोडं कमी होईल.

मी : नाही, तुला पर्याय नाही.

आरसा : ....!!!

30.

३०. सामान्य!

मी   : हे बाहेर सगळे कोण आहेत?

आरसा : सामान्य!

मी   : हे सगळे, रोज रोज, तेच तेच काम करून
         कंटाळत नाहीत का?

आरसा : कंटाळतात.

मी   : मग का करतात रोज तेच?

आरसा : कारण हे करत असलेल्या कामामुळे, सकाळी
         घरून निघताना यांच्या पार्टनरच्या, पोरांच्या,
         आई- बापाच्या डोळ्यात सुरक्षिततेची भावना
         पाहून आलेले असतात.

मी   : पण यातून यांना काय मिळतंय?

आरसा : 'सुरक्षिततेची भावना' जपल्याचं समाधान
         मिळतंय... तुझ्यासकट सगळ्यांना.

आरसा : माझ्यासकट?

मी   : माझ्यासकट का?

आरसा : कारण तू ही रोज तेच करतोयस जे सगळे करतायत.

मी   : अं... मी... ते...

आरसा : हो, तू ही एक सामान्यच आणि यात काहीच
         वाईट नाही!

३१.

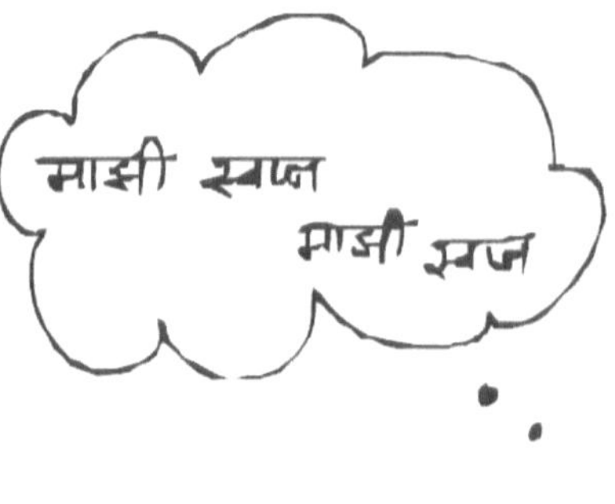

३१. माझी स्वप्न

आरसा : कुठे चाललास?

मी   : कामाला?

आरसा : सध्या काय, ऑफिस एके ऑफिस चालू आहे.

मी   : हं!

आरसा : आधी फार "माझी स्वप्न, माझी स्वप्न" करायचास!

आता स्वप्न बदलली की तू बदललास?

मी   : मी ही तोच आहे आणि स्वप्नही तीच आहेत.

आरसा : मग स्वप्न पूर्ण करायची विसरलास का?

मी   : नाही. विसरलो नाहीये काहीच. फक्त पुढे ढकलली आहेत.

आरसा : स्वप्न???

मी   : हो..

आरसा : 'स्वप्न' अशी पुढे ढकलता येतात? की आपलं माझं समाधान व्हावं म्हणून म्हणतोयस?

मी-   ....!!!

३२.

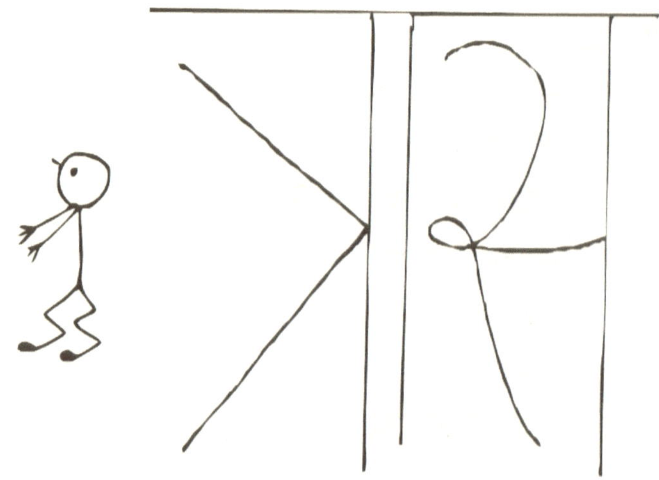

३२. त्रासलोय

आरसा : दमलास?

मी   : खूप जास्त!

आरसा : खूप काम होतं का?

मी   : काम रोजच खूप असतं.

आरसा : हो, पण आत्ता त्रासल्यासारखा वाटतोयस!

मी   : काम करून दमलो तर त्रास होत नाही.

आरसा : मग?

मी   : ताणाने (स्ट्रेसने) ग्रासून दमलो तर त्रास होतो, जो नकोसा असतो.

33.

३३. रडलो, पण रडताना दिसलो नाही...

मी : आज भर ऑफिसमध्ये रडू आलं.

आरसा : मग ते लपवण्यासाठी काय केलंस?

मी : काहीच नाही.

आरसा : लोकांनी विचारलं असेल ना?

मी : काहीही काय? सगळे स्वतःमध्ये आणि कामांमध्ये गुंतलेले होते माझ्यासकट! कशाला कोण बघतंय कोणाकडे! त्यामुळे मी इकडे - तिकडे बघायचा आणि त्यांनी विचारायचा प्रश्नच नाही.

38.

३४. ते तू ठरव!

मी : ऑफिसमध्ये मी, जर जास्तीच्या प्रत्येक
कामाला हो म्हणत गेलो, तर काय होईल?

आरसा : तर ते तुला अजून कामं देतील.

मी : मग माझ्या दृष्टीने हे चांगलं की वाईट?

आरसा : आता ते तू ठरव!

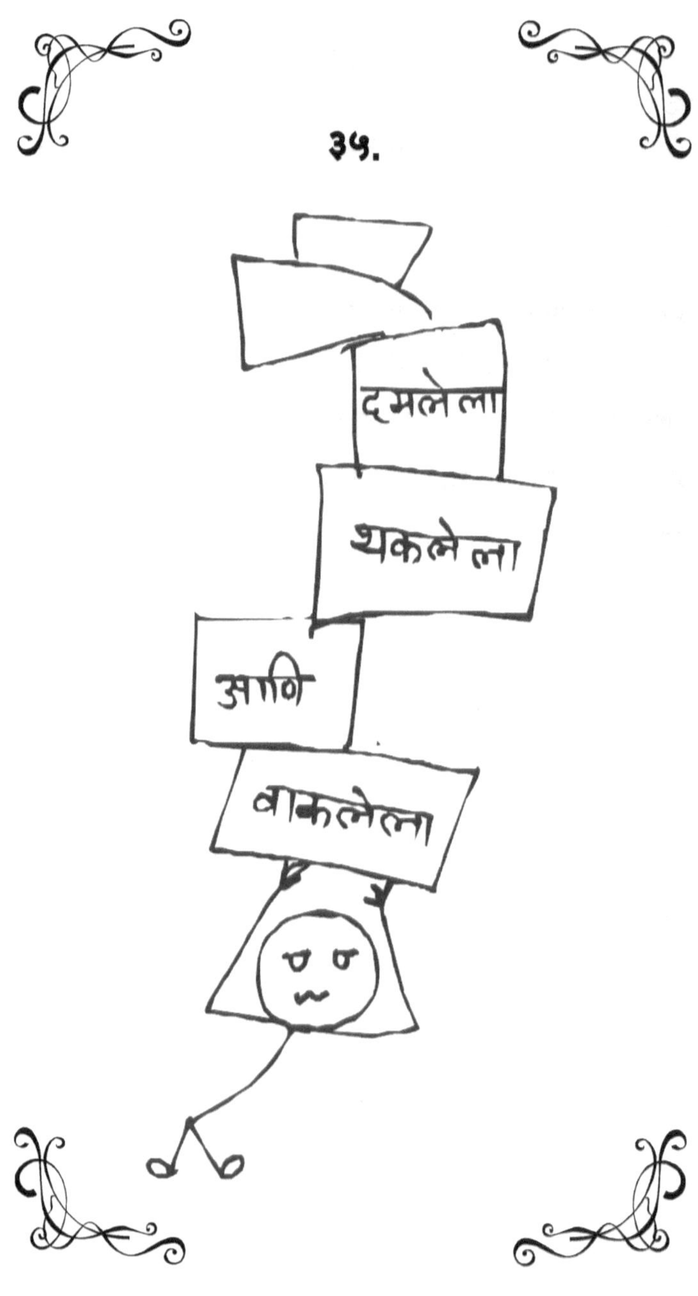
दमलेला
थकलेला
आणि
वाकलेला

३५. दमलेला, थकलेला आणि वाकलेला

आरसा : कामाने पार थकतोयस!

मी   : नुसता थकत नाहीये,

तर ओझ्याच्या बैलासारखा राब राब राबतोय

आणि ओझ्याने पार वाकून जातोय.

इतका वाकतोय की घटकाभर

तुझ्याकडे वाकून पाहायला सुद्धा

वेळ मिळत नाहीये आणि

तू म्हणतोस स्वसंवाद हवा!

डोंबल्याचा स्वसंवाद!

36.

३६. पळा पळा...

मी : सतत धावपळ करूनही काहीच साध्य होत नाहीये.

आरसा : असं कसं?

मी : पळापळ करूनही, आहे त्याच जागी राहिलोय मी.

आरसा : त्याला कारण आहे.

मी : काय?

आरसा : तुझ्या वेगानेच बाकीचे सुद्धा धावतायत.

मी : मग मी कधी पुढे जाणार?

आरसा : जाशील तेव्हा जाशील! पण आत्ता असा विचार कर की, धावल्यामुळे किमान टिकून राहिलायस. धावलाच नाहीस तर मागे पडशील.

मी : असं कसं?

आरसा : एक जगप्रसिद्ध वाक्य आहे जे आपल्याला ही गोष्ट सांगून गेलंय.

मी : कोणतं वाक्य?

आरसा : "पळा पळा.. या दुनियेत एका जागी टिकून राहण्यासाठीसुद्धा वेगाने धावावे लागते."

36.

३७. क्वालिफिकेशन

मी : शिक्षण.. नाही नाही.. क्वालिफिकेशनची काय किंमत?

आरसा : ते तुझ्यावर अवलंबून आहे.

मी : म्हणजे?

आरसा : तुझ्याकडे खूप किंवा कमीत कमी बरा पैसा असेल, तर तुला कोण काही विचारणार नाही.

मी : आणि नसेल तर?

आरसा : नसेल तर तुझं शिक्षण तर काढतीलच.. ते बरं असो किंवा वाईट असो.. पुन्हा, तुझा पगार काढतील आणि मग त्या अनुषंगाने सगळंच काढतील, अगदी तुझ्या इभ्रतीपर्यंत...!

मी : मग या क्वालिफिकेशनला किती महत्त्व द्यायचं?

आरसा : ते ही तुझ्यावरच अवलंबून..

त्यातून अर्थार्जन केलंस तर त्या क्वालिफिकेशनला "अर्थ" नक्की राहील आणि बाकीच्यांचं बोलणंही 'अर्थ'हीन ठरेल.

36.

३८. प्रश्न

मी : आजकाल हे लोक खूप प्रश्न विचारतात.

आरसा : कारण आजकाल तू कमवायला लागलायस ना!

मी : हो.. पण या आधीही हे लोक प्रश्न विचारायचेच.

आरसा : फक्त प्रश्नप्रकार वेगळे होते. हो ना?

मी : हो..

आरसा : हे "लोक" आहेत.. हे विचारणारच तुला प्रश्न!

मी : मी काय करायचं? सगळ्यांना उत्तरं देत बसायचं..???

आरसा : अर्थात.. फक्त कोणाला काय उत्तर द्यायचं हे तू ठरवायचं. याचा अर्थ खोटं नाही बोलायचं.

मी- : मग?

आरसा : "समर्पक" उत्तर द्यायचं.

मी : पण हे प्रश्न विचारून यांना काय जाणून घ्यायचं असतं?

आरसा : तुझी पत आणि ऐपत!

३९.

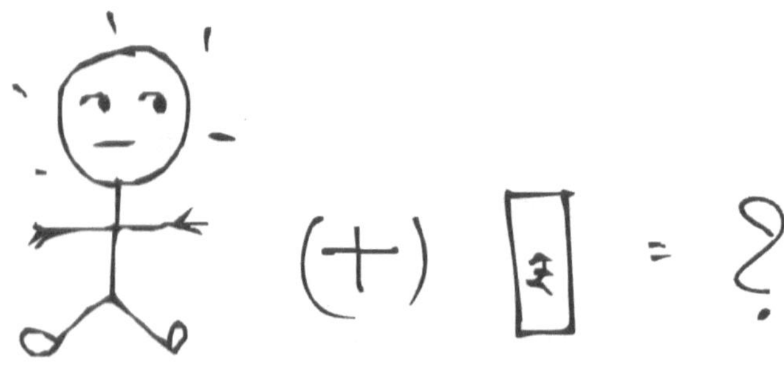

३९. किस झाड कि पत्ती...

मी : माझी पैशावरून किंमत केली जाते.

आरसा : मग त्यात गैर काय?

मी : गैर काय म्हणजे? हे चुकीचं आहे.

आरसा : चुकीचं काय? इथे मूर्तीची सुद्धा किंमत केली जाते, आकार आणि रूपानुसार!

तू तर माणूस... तू किस झाड कि पत्ती है?

४०.

४०. वाईट अनुभव

मी   : फारच वाईट अनुभव आला.

आरसा : बरं झालं.

मी   : बरं काय झालं?

आरसा : मुळात 'अनुभव' आला ते बरं झालं आणि
          त्यातही 'वाईट' आला हे फार बरं झालं.

मी   : या असल्या अनुभवाचा काहीतरी उपयोग
          होईल का?

आरसा : हो, याचाच खूप उपयोग होईल.

मी   : काय? वाईट अनुभवाचा? कसा?

आरसा : काय नाही करायचं हे तरी नक्की कळेल आता
          आपल्याला!

Jan
1

४१. एका वर्षात असं काय घडलं?

(मी आरशासमोर उभा राहिलो. आरसा एक वर्ष जुना होता. त्याने माझ्याकडे पाहिलं.)

आरसा : कसा आहेस?

(वर्षानंतरचा मी त्याच्याशी बोलू लागलो.)

मी : बरा आहे. तू कसा आहेस?

आरसा : मी मस्त. प्रत्येक दिवस मजेत जगतोय आणि तू?

मी : मी दिवसाला दिवस जोडत जगतोय.

आरसा : का? एका वर्षात असं काय घडलं?

मी : काही घडलंच नाही.

आरसा : हं! नवीन काही पाहण्यात आलं?

मी : हो!

आरसा : काय?

मी : आयुष्य!

૪૨.

४२. भूतकाळातील आरसा

(आरसा जुनाच होता, अर्थात भूतकाळात होता आणि मी ही भूतकाळात जगत होतो.)

आरसा : का असं करतोयस? का या भूतकाळात रमतोयस?

मी : कारण नव्या वर्तमानाची भीती वाटतेय!

आरसा : पण असा पळू नकोस वर्तमानापासून!

मी : मग काय करू?

आरसा : त्याला भेटून तर बघ! मान्य आहे, तो तुझ्यासाठी नवीन आहे.. पण कदाचित तो या भूतकाळाहूनही सुंदर असेल! सगळ्यात महत्त्वाचं म्हणजे तो खरा असेल!

मी : तू खरा नाहीस का?

आरसा : खरा आहे पण आता जुना आहे. हा भूतकाळ तू जगलायस! वर्तमानात रमशील तर प्रत्येक क्षण जगायला शिकशील! आजच्या वर्तमानाचा उद्या भूतकाळ होतो. मग आजचा वर्तमानच असा बनव की उद्या त्याच वर्तमानाचा भूतकाळ छान 'आठवण' म्हणून लक्षात राहील. तिथे अधिक रमू नकोस.

वर्तमानात जगशील तर मलाही तिथे नेशील.

(मी ऐकत होतो.)

आरसा : जायचं पुन्हा वर्तमानात?

मी : तू सोबत करशील ना?

आरसा : अर्थात! तू तिथे मी. चल!!!

83.

४३. स्पर्धा

(मी आरशात माझं शरीरसौष्ठव पाहत होतो.)

आरसा : काय रे? आता हे काय नवीन?

मी   : स्पर्धा लावतोय!

आरसा : कोणाशी?

मी   : तुझ्याशी!

आरसा : हे बरं करतोयस?

मी   : काय?

आरसा : स्वतःशीच स्पर्धा लावतोयस, हे बरं करतोयस!

44.

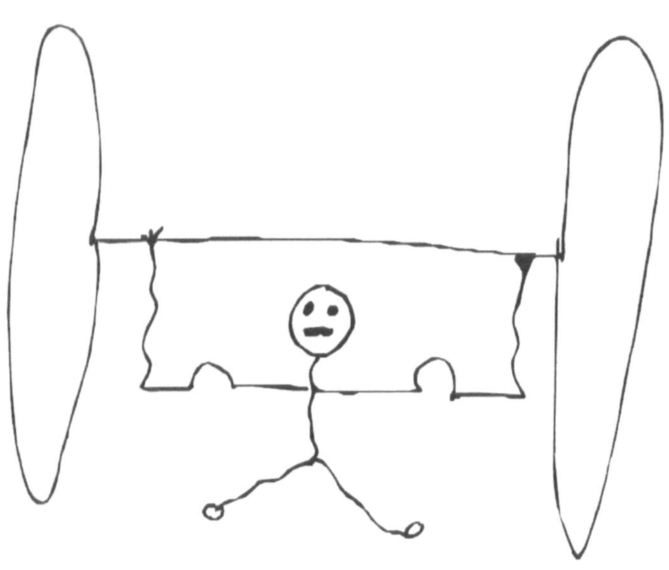

४४. वजन

(जिम मध्ये आरशात पाहून व्यायाम करत होतो.
खांद्यावर पाच किलोचं वजन पडलं. मी फार मोठं
काहीतरी केल्याच्या आविर्भावात आरशाकडे पाहिलं.)

आरसा : (माझ्यावर हसत) पाच किलो घेतलंय आणि
           भाव किती खाशील?

(माझा इगो हर्ट झाला. मी लगेच साडेसात किलो वजन
घेतलं.)

आरसा : साडेसातने काय होतंय? दहा तरी घे.

(मी दहा किलो वजन पेललं.)

आरसा : हां. आता जरा तरी वजन उचलल्यासारखं
           वाटतंय.

मी   : हो यार.. आणि तरीही एकदम दोन्ही खांद्यांवर
           वजन समतोल वाटतंय.

(मला काही कळायच्या आत खांद्यावर वीस किलोचं
वजन पडलं. मी थोडा हेलपाटलो.)

आरसा : (मिश्किल हसत) काय झालं?

मी   : (सावरत) खांद्यावर जबाबदारी पडली....
           अनपेक्षितपणे!!!

आरसा : आता पडलीच आहे तर पेलून बघ! खांदे
           मजबूत होतील.

44.

४५. अपेक्षा

मी   : अपेक्षा पूर्ण नाही झाल्या तर?

आरसा : रुखरुख लागते.

मी   : पूर्ण झाल्या तर?

आरसा : वाढतात.

मी   : आणि समाधान?

आरसा : असं काही असतं का? तुझं आपलं काही पण!
          जा आता!

मी   : कुठे?

आरसा : अपेक्षा पूर्ण करायला!

मी   : कोणाच्या?

आरसा : ....!!!

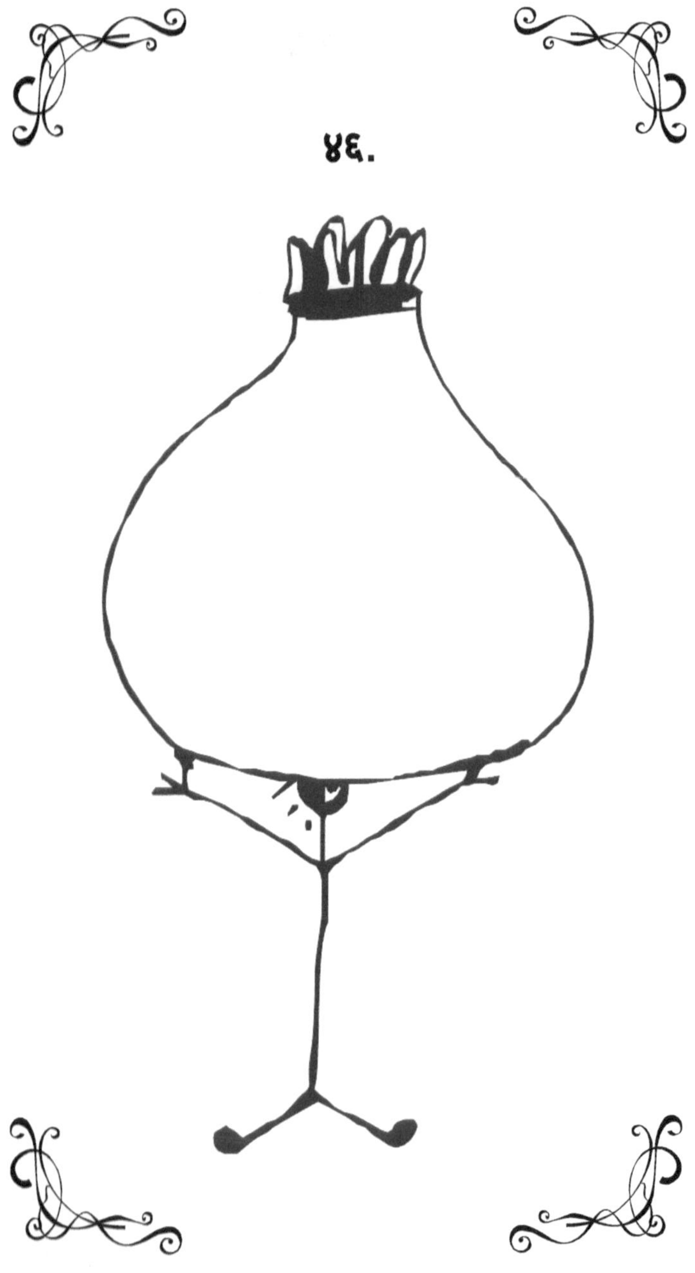

४६. अपेक्षेपेक्षा जास्त!

मी   : अपेक्षा पूर्ण का होत नाहीत?

आरसा : अपेक्षित प्रश्न!

मी   : उत्तर दे!

आरसा : कारण अपेक्षा दुसऱ्याकडून केलेली असते आणि जी त्याच्या अपेक्षेपेक्षा जास्त असते. मात्र अपेक्षा करणाऱ्यासाठी ती अपेक्षा मोठी नसते त्यामुळे ती अपेक्षा पूर्ण न करणं, ही गोष्ट अनपेक्षित असते.

मी   : सोपं सांग. अपेक्षा कोणाकडून करायची?

आरसा : माझ्याकडून!

मी   : पूर्ण होईल?

आरसा : अशी अपेक्षा मी तरी करतो!

मी   : कधी कधी तर तू ही अनपेक्षित वागतोस! तुझ्याकडून तरी वेगळं काय अपेक्षित आहे म्हणा!

आरसा : हो ना... मग अपेक्षाच करू नकोस!

मी   : काय होतं रे थोडी जास्त अपेक्षा ठेवली तर?

आरसा : अपेक्षांचं ओझं आणि अपेक्षाभंग!

मी   : म्हणजे अपेक्षा ठेवायच्याच नाहीत?

आरसा : ठेवायच्या, पण त्या पूर्ण होतीलच अशी अपेक्षा
ठेवायची नाही.

৪৬.

४७. कुठे नेईल हा प्रवास?

मी   : हा प्रवास कुठे नेईल समजत नाही.

आरसा : मलाही!

मी   : करू तरी काय?

आरसा : चालत राहा.

मी   : कंटाळा येतोय. तोचतोपणा येतोय.

आरसा : लवकरच नवीन वळण मिळेल.

मी   : कशावरून?

आरसा : मला आशा आहे.

मी   : वळण कसं असेल?

आरसा : वेगळं असेल!

मी   : कशावरून?

आरसा : मला विश्वास आहे.

मी   : माहिती नसताना असं उगाच बोलणं याला 'अंधविश्वास' म्हणतात.

आरसा : चुकतोयस. प्रामाणिकपणे प्रयत्न करत ध्येयाबद्दल अंदाज बांधणं याला अंधविश्वास नाही, तर 'आत्मविश्वास' म्हणतात.

98.

४८. थांबला का?

आरसा : काय होतंय?

मी : प्रवास थांबल्यासारखा वाटतोय.

आरसा : पण तू चालतोयस ना?

मी : हो, पण खूप संथ... सगळ्या गोष्टी जरा भरभर पुढे सरकल्या पाहिजेत.

आरसा : त्याने काय होईल?

मी : ध्येय लवकर साध्य होईल.

आरसा : सगळं इझी आणि फास्ट मिळालं तर पुढे जाऊन नेमका नको तेव्हा आणि नको तिथे रेंगाळशील. त्या ससा-कासवाच्या गोष्टीतल्या सशासारखा!

ससा आणि कासवामध्ये जेव्हा शर्यत लागली तेव्हा ससा आधी वेगवान धावला. नंतर मध्येच आराम करायला थांबला आणि त्याला झोप लागली. कासवाला वेळ लागला.. पण ते अथक चालत राहिलं. अखेर कासवच जिंकलं.

त्यामुळे चालण्यात सातत्य ठेव. स्लोव आणि स्टेडी असलं तरी निरंतर चालत राहा. थांबू नकोस!

४९.

४९. उपयोग

मी	: वापर संपला की गोष्टी फेकून का देतात?
आरसा	: ठेवून तरी काय करायच्यात?
मी	: माणसांच्या बाबतीतही असंच होतं?
आरसा	: अर्थात!
मी	: माझ्याही बाबतीत..?
आरसा	: असंच करतील!
मी	: काय करू मग?
आरसा	: शक्य तेवढा काळ उपयोगी राहा!

40.

५०. अल्पविराम

मी   : ५० पूर्ण म्हणजे?

आरसा : एक पर्व संपलं.

मी   : किंवा?

आरसा : एका नव्या पर्वाची सुरुवात.

मी   : किंवा?

आरसा : अर्ध- शतक..!

मी   : अध्र्या गोष्टी मला आवडत नाहीत. काहीतरी अजून चांगलं बोल!

आरसा : वाईट काय आहे यात? क्रिकेटमध्ये पण ५० रन्स करून आउट झाल्यावर त्याच्यासाठी सगळे टाळ्याच वाजवतात. हां, ५० म्हणजे पूर्णविराम.

मी   : नको.

आरसा : का?

मी   : पूर्णविरामाची भीती वाटते.

आरसा : स्वल्पविराम!

मी   : हां, हे बरंय! पण त्याहीपेक्षा अल्पविराम बरा!

आरसा : का?

मी   : कारण अल्पविराम म्हणजे श्वास घ्यायला थांबायचं; वाक्य पूर्ण होण्याची किंवा संपून जाण्याची भीती नाही.

(अर्ध्याहून अधिक केस पिकलेला आरसा फक्त हसला).

৪৮.

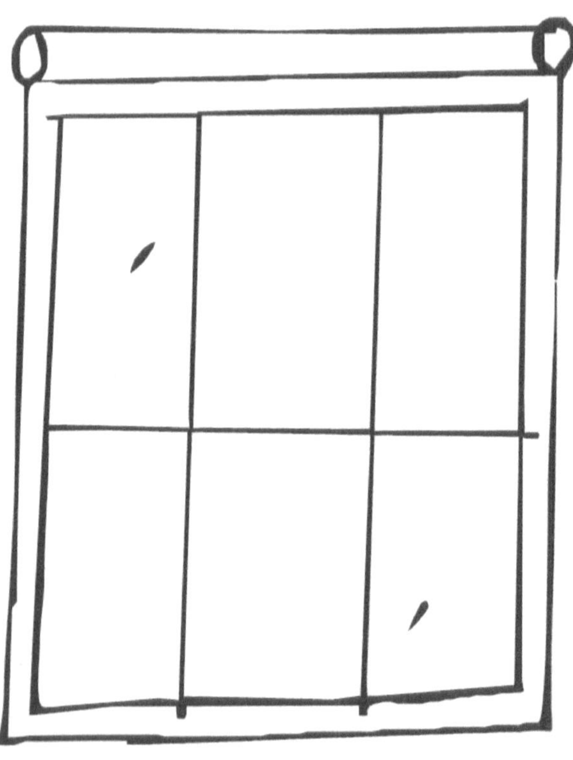

५१. मल्हार

(जोरदार पाऊस पडत होता. मी घरी बसलो होतो. एकदम पावसाचा आवाज वाढला, तर कळलं खिडकी उघडली गेली होती. मी ती बंद करायला गेलो तर...)

आरसा : ऑफिसात बंद खिडक्यांमध्ये राहून बाहेर डोकावायचं विसरलायस की काय?

मी : पाऊस आत येतोय. (मी खिडकी बंद करू लागलो.)

आरसा : राहू दे! थोडे शिंतोडे उडालेले बरे वाटतायत. आपली लाडकी बासरी काढ ना! राग 'मल्हार' ऐकावासा वाटतोय.

मी : बरेच दिवसात मीच बासरीला हात नाही लावला.

आरसा : माझ्यासाठी, प्लीज!

(मी बासरी बाहेर काढली. नकळत सराईतपणे बासरीवरून बोटं फिरू लागली. सुटलेला ताल थोडासा सापडू लागला. डोळे अलगद मिटले गेले आणि जाणवलं त्या वेळी तीन ठिकाणी मल्हार (पाऊस) बरसत होता.

बाहेर जोरदार

बासरीतून हळुवार

आणि माझ्या नि आरशाच्या नेत्रांतून अगदी सहज!)

५२.

५२. पांढरं शुभ्र आणि नवं कोरं

आरसा : काय साहेब, रेनकोट असून मस्त भिजून आलात!

मी : हो!!! तूच तर म्हटला होतास, घरी येताना थोडं भिज. ऑफिसचा सगळा ताण निघून जाईल.

आरसा : गेला का मग ताण?

मी : पावसासोबत वाहून गेला!!!..मला तर ऑफिसऐवजी ट्रिपवरून घरी आल्यासारखं वाटतंय.

आरसा : पण चिखल उडालाय, नव्या कोऱ्या पांढऱ्या शर्ट वर!

मी : असू दे!

आरसा : कपडे मळले ना!

मी : मळू दे रे! शर्टाचं काय घेऊन बसलास! या पावसाने मनावरचा मळ काढून एकदम पांढरं शुभ्र आणि नवं कोरं केलं बघ मन!

43.

५३. शांतता

आरसा : कुठे होतास?

मी : शांतता शोधत होतो.

आरसा : मिळाली का मग?

मी : अंहं... दोन ठिकाणी गेलो. आवाजच मिळाला.

आरसा : हं..

मी : एके ठिकाणी नेहमीसारखंच वाटलं पण दुसरीकडे छान वाटलं.

आरसा : म्हणजे?

मी : एकीकडे माणसं होती त्यामुळे आवाजाचं स्वरूप गोंगाटाचं होतं.

आरसा : आणि दुसरीकडे?

मी : दुसरीकडे मात्र सुरेल, नादमय, एकसारखा आणि हवाहवासा आवाज होता.

आरसा : तो आवाज होता तरी कसला?

मी : पावसाचा!

44.

५४. कोरडा पाऊस

आरसा : किती छान वाटतंय नाही ओल्या पावसात
भिजायला?

मी : ओला पाऊस?

आरसा : हं!

मी : पाऊस नेहमी ओलाच असतो.

आरसा : कोरडा पाऊस सुद्धा असतो!

मी : कसा?

आरसा : दोन प्रकारचा असतो बघ कोरडा पाऊस. पहिला
म्हणजे "न पडणारा!" इतका त्रासदायक की
रडायला सुद्धा डोळ्यात पाणी ठेवत नाही.

मी : आणि दुसरा?

आरसा : दुसरा इतका जास्त पडतो आणि इतक्या
जणांना सोबत घेऊन जातो की माणसाचं ओलं
मन कायमचंच कोरडं करून टाकतो.

44.

५५. गडद छटा!

| मी | : | खूप दुःख झालं की असं वाटतं काळ्या रंगाहूनही अधिक गडद छटा सापडेल की काय! |

मी : खूप दुःख झालं की असं वाटतं काळ्या
रंगाहूनही अधिक गडद छटा सापडेल की काय!

आरसा : सापडली तर नाही ना?

मी : अजून तरी नाही.

आरसा : आणि इच्छा अशी आहे की तशी छटा कधी
सापडायलाही नको!

मी : पण सापडलीच तर?

आरसा : तर काय.. एका नव्या छटेचा शोध लागेल...
कदाचित!!!

मी- : इतका डार्क विषय पण इतक्या लाईटली कसा
हाताळलास?

आरसा : लगेच निगेटिव्ह व्हायचं नाही इतकंच ठरवलंय.
मग विचार पण तसाच करतो बघ.

५६.

५६. वेळ

मी   : वेळ अशी का वागते? कधी झटकन तर कधी
         आरामात पुढे सरकते!

आरसा : वेळ तिच्या वागण्यात बदल करत नाही.

         तुझीच 'मानसिक वेळ'

         कधी खूप धावते,

         तर कधी एखाद्या ठिकाणी निवांत रेंगाळते.

निर्मिती

५७. निर्माता

मी   : माणसाचा निर्माता कोण?

आरसा : देव.

मी   : कशावरून?

आरसा : सगळे म्हणतात म्हणून!

मी-   : देवाचा निर्माता कोण?

आरसा : माणूस!!!

मी-   : सगळे म्हणतात म्हणून?

आरसा : कदाचित!

मी   : पण देवाची निर्मिती करण्याइतका माणूस निश्चित मोठा नाही.

आरसा : हो, मात्र सृष्टीतील प्रत्येक गोष्टीचे निर्माते आपणच आहोत, असं भासवण्याइतका तो दांभिक/ खोटारडा नक्की आहे.

46.

५८. कपडे

मी   : कपडे कशासाठी?

आरसा   : माणसाचं नागवेपण लपवण्यासाठी!

मी   : पण मग प्राणी कुठे कपडे घालतात?

आरसा   : प्राण्यांचं नागवेपण शुद्ध असतं.

मी   : मग माणसाचं नसतं का?

आरसा   : असतं ना! पण त्यानेच ते गढूळ केलंय!

49.

५९. माणुसकी

मी : माणुसकी आहे का अजून या जगात?

आरसा : चिक्कार!

मी : मला तर रोज कित्येक जण एकमेकांच्या जीवावर उठलेले दिसतात. एकमेकांसाठी काही करतात तरी का ही माणसं?

आरसा : अरे, यातही थोडी बरी 'माणसं' असतात. ही "माणसं" माणसांसाठी माणूस म्हणून माणुसकी दाखवतात म्हणून तर आपण माणसाच्या माणुसकीचं उदाहरण जगासमोर ठेवत माणसाचं माणूसपण टिकवून ठेवू शकतो.

यांच्यामुळेच तर "माणुसकी" हा शब्द अजून तरी, चांगल्या अर्थाने वापरला जाऊ शकतो.

६०.

नियम

६०. नियम

मी   : भूक लागलीये.

आरसा : मग जेवून घे.

मी   : नको. इच्छा नाहीये.

आरसा : अरे भूक लागली की जेवणं हा निसर्गाचा
          नियम आहे.

मी   : आणि भूक नसताना जेवणं?

आरसा : हा माणसाचा नियम आहे.

मी   : हे बघ तुझं स्टेटमेंट जनरलाइझ करू नकोस.
          प्रत्येक माणूस वेगळा असतो.

आरसा : म्हणूनच या माणसाला नियमात बांधणं अवघड
          आहे. प्राण्यांचं बरं असतं नाही? नियम ठरलेले.

63.

६१. लाईफ पार्टनर

मी   : एक प्रश्न आहे.

आरसा : सगळ्याची सोल्युशन्स आहेत. विचार!

मी   : लाईफ पार्टनरपेक्षा जास्त कोणावर प्रेम करता येऊ शकतं का?

आरसा : ते लाईफ पार्टनर कसा आहे यावर अवलंबून!

६२.

६२. तिची प्रीती आणि आरशाची भीती

मी	: मिठी इतकी का खास आहे?
आरसा	: कारण मिठी या शब्दातच मिठास आहे.
मी	: तिला भेटण्याची आस आहे.
आरसा	: मिठीमध्ये ती श्वासाइतकी पास (जवळ) आहे.
मी	: याच मिठीत किती विश्वास आहे.
आरसा	: विश्वासाबरोबर विश्वासघात आहे जो नातं संपवायला बास आहे.

सांभाळून राहा कारण तुटलं तर तुझं सारं विश्वच उदास आहे.

तुमचं प्रेम असलं तरी भीती मला वाटत आहे.

तुमचं तुटलं तर तुझी नि माझी स्थिती अवघड आहे.

(मी आरशाकडे पाहत राहिलो.)

63.

६३. आरशाची स्थिती!

मी : मी तिच्यात आकंठ बुडालो होतो.

आरसा : पण तिला मात्र तू नकोच होतास. त्यामुळे तू तिचा राहिला नाहीस.

मी : पण कायमचा तुटलो तरी नाही.

आरसा : तुटण्याचा आवाज आला नाही. पण माझाही उरला नाहीस.

मी : म्हणजे?

आरसा : पारा उडालेल्या आरशासारखी स्थिती केलीयेस माझी.

मी : म्हणजे?

आरसा : जिवंत आहे, पण त्यात जिवंतपणा नाही.

६४. तिची आठवण!

मी   : आठवण येतीये तिची.

आरसा   : भेट मग तिला!

मी   : भेटण्याइतकी जवळ नाही राहिली ती!

आरसा   : मग विसरून तरी जा!

मी   : तिची आठवण विसरणं सोपं नाही.

आरसा   : सगळ्या आठवणी विसरता येतात.

मी   : आठवणी फार तर आठवणार नाहीत पण पूर्ण विसरता कधीच येणार नाहीत. तिच्या तर मुळीच नाही.

आरसा   : पण मग भेटणार नाहीस, विसरणार नाहीस, करणार तरी काय? अशी आहे तरी कोण ती?

मी   : कधीच न विसरता येणारी आठवण!

आरसा   : काय करायचं मग तिचं?

मी   : आठवण म्हणून आठवणीत साठवायचं आणि आठवत राहायचं तिची आठवण म्हणून!

आरसा   : ......!!

64.

६५ जवळचा दुरावा...

मी   : एखाद्याला फारच जवळ केलं तर?

आरसा : बाकीच्यांपासून दुरावशील.

मी   : एवढंच ना?

आरसा : नाही.

मी   : मग?

आरसा : याचा अतिरेक झाला तर माझ्यापासूनही दुरावशील! चालेल?

मी   : ....

66.

६६. कसं पळायचं?

मी   : स्वतःपासून कसं पळायचं?

आरसा : ते या जन्मात तरी शक्य नाही.

67.

६७. प्रायवसी

मी : प्रायवसी जर का सारखी डिस्टर्ब होत असेल
तर काय करायचं?

आरसा : अशा लोकांचा विचार करायचा ज्यांना कधीच
प्रायवसी मिळत नाही!

٦٢.

६८. स्वत:विरुद्ध विजय

आरसा : काय झालं?

मी : दचकलो.

आरसा : का?

मी : तुला पाहून!

आरसा : काय?

मी : हो. तुझी ही 'शेड' पहिल्यांदा पहिली.

आरसा : कोणती?

मी : रागीट! फक्त बाकीचेच लोक नाही तर मी ही
घाबरलो तुझ्या रागाला आणि रागावण्याला!

आरसा : मलाही नवं होतं हे वागणं!

मी : हे कितपत सिरीयस आहे?

आरसा : काय?

मी : तुझी ही शेड?

आरसा : बऱ्यापैकी!

मी : उपाय काय?

आरसा : संयम!

मी : तोच तर सुटला!

आरसा : तोच तर टिकवायचा.. रागाला ताब्यात ठेवायचं! ही शेड प्रत्येकात असते. त्यावर कंट्रोल ठेवणं म्हणजे स्वतः विरुद्ध विजय मिळवणं! कठीण आहे पण अशक्य नाही.

६९.

६९. सु-विचार

मी	: विचारांचा विचार हा विचार करायला भाग पाडतो.

मी : विचारांचा विचार हा विचार करायला भाग
पाडतो.

इतक्या विचारांचा विचार होतो की ते विचारच
विचारतात की,

आत्ता नेमका कुठल्या विचाराचा विचार
करतोयस?

आरसा : मग विचारून बघ कोणाला की अशा वेळी काय
विचार करायचा?

मी : इथे प्रत्येक जण ज्याच्या त्याच्या विचारात
बुडालेला आणि विचाराने थकलेला. विचारायचं
कोणाला? कोण राहतं?

आरसा : मग आता फक्त मीच राहतो. हे नक्की की
तुझ्या विचारांचा विचार करून त्याचा सुविचार
फक्त मीच बनवू शकतो. कारण बाकीचे तुला
फक्त विचार देतील.

त्याचा विचार मलाच करावा लागेल.

"मीच तुझ्या विचारांचा अंतिम शिल्पकार!"

60.

७०. तर...

मी   : सारखं झोपून राहिलं तर काय होईल?

आरसा : जागेपणाची मजा कळणार नाही.

मी   : आणि सारखं जागं राहिलं तर?

आरसा : झोपायची मजा नक्की कळेल.

७१.

७१. अपूर्ण स्वप्न

मी   : स्वप्न अपूर्ण राहिलं तर?

आरसा : झोपून पूर्ण करायचं.

किंवा

ते पूर्ण होइपर्यंत झोपायचं नाही.

৬২.

७२. तू भिड बिनधास्त!!!

मी : उद्या माझा बॉक्सिंगचा सामना आहे. टेन्शन आलंय.

आरसा : भिड बिनधास्त!

मी : भिड काय? माझा प्रतिस्पर्धी सलग १० सामन्यांत हारलाच नाहीये.

आरसा : आणि तू?

मी : मी सलग १० सामने हारलोय. भीती वाटतेय.

आरसा : तू कशाला घाबरतो? खरी भीती त्याला असेल.

मी : तो कशाला घाबरेल?

आरसा : हारायला! कारण सलग १० सामने जिंकून एक हार पचवणं त्याला फार अवघड जाईल! यु हॅव गॉट नथिंग टू लूज.

मी : हे सगळं बोलणं मनाची समजूत काढण्यासाठी!

आरसा : तेच महत्वाचं आहे. कारण अध्र्याहून अधिक माइंड गेम च असतो. त्यामुळे तू भिड बिनधास्त!!!

৬৩.

७३. वडाची सावली

(रणरणत्या उन्हात बाईकने जात होतो. वड दिसला.
हायसं वाटलं. गाडी बाजूला घेतली. वडाखाली विसवलो.
खरंतर फार महत्वाचं काम होतं. वेळेत पोहोचणं गरजेचं
होतं. पण क्षणभर विश्रांती हवीहवीशी होती. थंडगार वारा
उन्हाची लाही घालवत होता. बघता बघता डोळा लागला.
त्या डुलकीत सुद्धा हा आरसा डोकावलाच!)

आरसा : परत थांबलास?

मी : क्षणभर विश्रांती!

आरसा : क्षणभरच घे!

मी : थोडं विसावू दे! बरं वाटतंय. सावली थांबवून ठेवतीये.

आरसा : या प्रवासात खूप सावल्या थंडावा देतील. काही
काही तर अगदी नको तेव्हा देतील. मोक्याच्या
क्षणी मोह आवर!

(खाडकन उठलो. बाईकपाशी गेलो. बाईकचा आरसा
विजयी मुद्रेने माझ्याकडे पाहत होता. मी ही हसलो.
मोजकीच विश्रांती घेतली होती. उशीर झाला नव्हता.
आळसही अंगात भरला नव्हता. बाईकला किक मारली.
बाईकच्या आणि आरशाच्या बरोबरीने मी धावत सुटलो.)

७४.

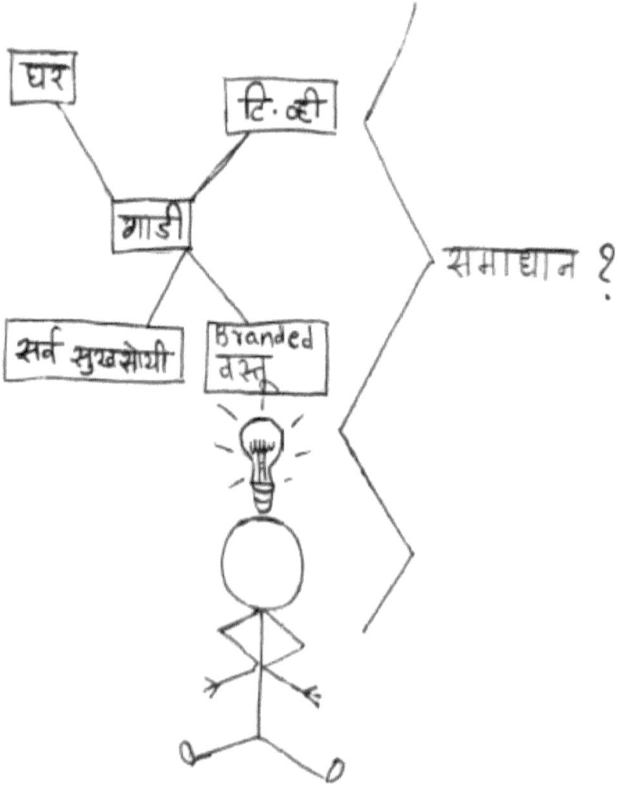

७४. बाबा वाक्यम् प्रमाणम्

(नवीन कार मध्ये बसलो. खूपच छान वाटत होतं. कारच्या कोऱ्या करकरीत आरशाकडे मी पाहिलं.)

आरसा : खुश?

मी : हो.

आरसा : म्हणावा इतका नाही दिसत आहेस खुश!

मी : अरे बजेट थोडं कमी पडलं, नाहीतर तुला ज्या गाडीबद्दल म्हणालो होतो तीच गाडी नक्की घेतली असती.

(आरसा हसला, पण हसण्याचं कारण मला उमगलं नाही.)

मी : का हसलास?

आरसा : बाबांचं वाक्य आठवलं.

मी : कोणतं?

आरसा : कार चालवणाऱ्याने बाईकवाल्याकडे पाहावं.

मी : बाईक चालवणाऱ्याने?

आरसा : सायकलवाल्याकडे पाहावं.

मी : सायकल-वाल्याने?

आरसा : चालणाऱ्याकडे पाहावं.

मी : चालणाऱ्याने?

आरसा : ही प्रश्नोत्तरं सुरूच राहतील. कारण माणूस ऐहिक सुखांमध्ये कायम असमाधानी असतो. त्यामुळे समाधानाचं परिमाणही तूच लाव नि कुठे थांबायचं ते ठरव.

64.

७५. अव्वल!

आरसा : पुढचं पाऊल का टाकत नाहीयेस?

मी : घाबरतोय!

आरसा : कशाला?

मी : अपयशाला!

आरसा : का?

मी : हारायची सवय नाहीये. सगळीकडे अव्वल
असतो मी.

आरसा : मग आताही येशीलच की अव्वल!

मी : नाही.. हे आव्हान पूर्ण क्षमतेने प्रयत्न करुनही
पूर्ण करता येईल असं वाटत नाही.

आरसा : प्रयत्न तर कर.

मी : आणि हारलो तर?

आरसा : मग असा हार की कोणीही म्हणेल की हारावं
तर असं!

व.पु. काळे म्हणतात तसं-

"पडून पडायचंच तर ठेच लागून पडू नये. चांगलं
दोन हजार फुटांवरुन पडावं. माणूस किती
उंचावर पोहोचला होता हे तरी जगाला समजेल."

त्यामुळे 'उत्तम अपयश' कसं मिळवावं हे ही तुझ्याकडूनच शिकतील असा हारून दाखव. अपयशात सुद्धा अव्वलच ये!

मी : अपयश 'उत्तम' असतं?

आरसा : उत्तम अपयश म्हणजे तरी काय... की जिंकणारा म्हणाला पाहिजे की हारला, पण काय कमाल खेळला!!!

76.

७६. नशा

आरसा : आज स्वारी फारच खुश आहे.

मी : कारण फायनली... आलो मी अव्वल!

आरसा : जिंकून की हारून?

मी : जिंकून!

आरसा : क्या बात है!

(मी शँपेनची बाटली उघडू लागलो.)

आरसा : गरज आहे?

मी : कसली?

आरसा : बाटलीची?

मी : अरे! शँपेन आहे ही. दारू नाही. तू ही घे थोडी!

आरसा : बरं दे थोडी.

(मी बाटली उघडली. ग्लास भरला. दोघांनी एकमेकांना चियर्स केलं.)

मी : (ग्लास ओठाला लावण्याआधी) एक सांगू? नशा नसेल तर जगण्यात मजा नाही.

आरसा : पण नशेसाठी मला दारूची गरज नाही!

मी : का?

आरसा : कारण मला सुंदर आयुष्याची नशा चढलीये!
तितकी पुरेशी आहे.

بابا.

७७. इथे प्रत्येक जण 'जज' (न्यायाधीश) आहे.

मी : मी दुसऱ्यासमोर कसा दिसतो, असतो आणि वागतो हे कायम जज केलं जातं का?

आरसा : सतत!

मी : खरंच?

आरसा : अरे समोरचा माणूस काही सेकंदात ठरवतो याच्याशी आज बोलावं की नाही? आणि बोलावं तरी कशा पद्धतीत बोलावं? वगैरे वगैरे...

मी : असं का?

आरसा : माणसं चेहरा वाचतात.

मी : मग मी काय करायचं?

आरसा : निघताना मला पाहून निघायचं.

मी : ते रोज पाहतो.

आरसा : नीट पाहायचं.

मी : त्याने काय होईल?

आरसा : किमान आधी मी कसा आहे हे तुला कळेल! आणि तुला मला कसं दाखवायचं आहे हे ही ठरवता येईल! कारण इथे प्रत्येक जण जज आहे. गंमत इतकीच, की तो इतरांना जज करत बसतो. प्रत्येकानी मला जज करण्याची जास्त गरज आहे हे अनेकदा लक्षातच येत नाही!

७८.

७८. कल्पना आणि वास्तव

मी : कल्पना आणि वास्तव यात किती फरक आहे?

आरसा : वीस वर्षांचा!

मी : काय?

आरसा : हो!

मी : कसा?

आरसा : एक मुलगा पाच वर्षांचा असताना आपण क्रिकेटर होणार असं म्हणतो; ही झाली त्याची कल्पना!

मी : बरं मग?

आरसा : पंचविसाव्या वर्षी तो एका ऑफिसात नऊ ते सहा काम करत असतो हे झालं वास्तव!

৭৯.

७९. देणाऱ्याने देत जावे!

आरसा : काही माणसं फक्त देत राहतात.

मी : अशी माणसं असतात?

आरसा : हो. दुर्मिळ असतात, पण असतात.

मी : त्यांना काय मिळतं यातून?

आरसा : समाधान... कदाचित!

मी : मला त्यांच्यासारखं होता येईल? दान करता येईल?

आरसा : हो.

मी : कधी?

आरसा : जेव्हा आपण काय देऊ शकतो हे तुला समजेल!

96.

८०. आधार

मी : आधार घेणारा ते आधार देणारा माणूस यातला फरक किती?

आरसा : एका शब्दाचा!

मी : कसा?

आरसा : आधार घेणारा म्हणतो की **"मला त्याचा"** आधार आहे.

नि आधार देणारा म्हणतो की **"मी त्याचा"** आधार आहे.

मी : म्हणजे देणारा कायम देत राहतो आणि घेणारा कायम घेत राहतो.

आरसा : असं नाही. काळानुसार हे बदलतं.

मी : कसं?

आरसा : आज तुला आई- वडिलांचा आधार आहे. उद्या आई- वडिलांना तुझा आधार असेल.

68.

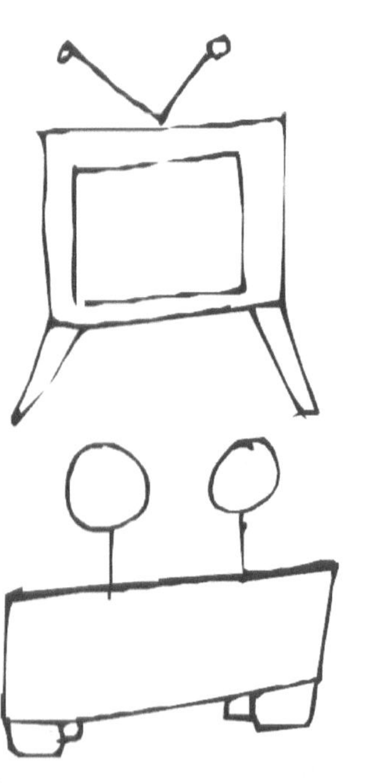

८१. आ-राम

मी : हे काय यार? सगळ्यांच्या आधी बाहेर पडतोय आणि सगळे आल्यावर घरी पोहोचतोय. हे असं सगळं एकदम कसं बदललं?

आरसा : तुझ्या घरची सिनियर मंडळी देखील साधारण असंच म्हणाले असतील त्यांच्या त्या दिवसात!

मी : म्हणजे?

आरसा : अरे प्रत्येकाला आयुष्यात वेगवेगळ्या प्रकारचे दिवस अनुभवायला मिळतात.

तुझ्या घरच्यांचे आता "जाम आराम" करण्याचे दिवस आहेत.

मी : आणि माझे?

आरसा : आरामाला "राम राम" करण्याचे!

तुम्ही पण बसा ना

८२. शेवटची पंगत

आरसा : आज कित्ती पाहुणे होते रे बाबा!

मी : हं!

आरसा : पण घरच्या कार्यक्रमात हातभार लावला की बरं वाटतं ना?

मी : हं!

आरसा : दमलास?

मी : हं!

आरसा : खराखुरा दमलेला दिसतोस!

मी : हं! खूप कामं झाली. एक गोष्ट नेहमी जाणवते, पण दुर्लक्षित राहते. आज त्याचं महत्त्व कळलं.

आरसा : कसलं?

मी : आज सगळ्यांना जेवायला वाढून शेवटच्या पंक्तीत जेवायला बसलो.

आरसा : हो, पण मग महत्त्व कसलं कळलं?

मी : जेवण वाढणाऱ्याचं महत्त्व कळलं.

८३.

८३. प्रयोग

(नाटकाचा प्रयोग संपवून मी घरी आलो.)

आरसा : तुझे नाटकाचे प्रयोग म्हणजे माणसाच्या
रुटीनसारखं (दैनंदिन आयुष्यासारखं) आहे.

मी : असं कसं?

आरसा : प्रत्येक प्रयोगात तेच- तेच तर करता!

मी : अरे करायचं ठरवतो तेच! पण प्रत्यक्ष प्रयोगात
घडतं भलतंच!

आरसा : मग दैनंदिन आयुष्याचं काय वेगळं आहे? रोज
काहीतरी एकच करायचं ठरवतो; पण प्रत्यक्षात
घडतं भलतंच!!! आपण उगीच त्याला रुटीन
म्हणतो. रोज नवा प्रयोगच असतो तो!

८४.

८४. कलाकार

मी   : एक कलाकार म्हणून मला असं वाटतं की...

आरसा : थांब. तुला काय वाटतं ते नंतर बघू. त्याआधी
तू 'कलाकार' झालास हे कोणी ठरवलं?

मी   : मीच ठरवलं. आता 'अभिनय' करतो म्हणजे
मी...

आरसा : म्हणजे तू कलाकार होत नाहीस आणि हे तू
ठरवायचं नाहीस.

मी   : मग कोणी ठरवायचं?

आरसा : लोकांनी!

मी   : इथेही आलेच का तुझे "लोक?"

आरसा : त्यांना पर्याय नाही. लोकांनी तुझी कलाकारी
आणि अदाकारी स्वीकारली आणि गौरवली तर
तू खरा कलाकार!!!

मी   : नाहीतर?

आरसा : नाहीतर तुझी कलाकारी म्हणजे त्यांच्या दृष्टीने
'बेकारी' आणि 'भिकेचे डोहाळे'!

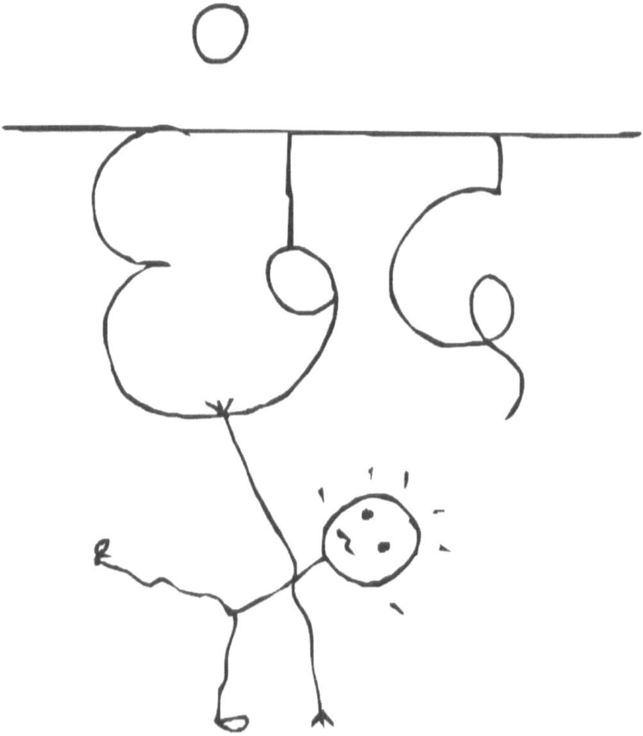

८५. छंद

मी　　　: कंटाळा आलाय कामाचा!

आरसा : कंटाळा कामाचा नाही, नावडीच्या कामाचा येतो.

मी　　　: मग करायचं काय?

आरसा : छंदाचा आधार घ्यायचा!

मी　　　: समजा 'छंद' हेच 'काम' झालं तर?

आरसा : दोन टोकाच्या शक्यता असतील मग!

मी　　　: कोणत्या?

आरसा : एक तर कामात घवघवीत यशस्वी ठरशील!

मी　　　: दुसरी शक्यता?

आरसा : अपयश आलं तर मात्र मग नैराश्य यशस्वी ठरेल.

मी　　　: मग असा वेगळा विचार करायचाच नाही का?

आरसा : असं कुठे म्हणलो?

मी　　　: मग कसं?

आरसा : करियर सोबत छंद; की छंदामध्येच करियर करायचं हा तुझा प्रश्न आहे! यश- अपयश हे कुठेही कॉमन आहे. पण समाधान कुठे मिळेल ते तू शोध!

८६.

८६. वेड

मी   : मी काय वेडा आहे का?

आरसा   : मी असेपर्यंत तरी नाही. पण का?

मी   : मी अधूनमधून लिहितो. कधी तंद्री लागते. माझ्याच नादात असतो मग! तर हे लोक सरळ मला "वेडाय हा" असं म्हणून मोकळे होतात.

आरसा   : अरे चांगलंय की.. असावं कशासाठी तरी वेडं!

मी   : हो मान्य आहे. माझं लिखाण त्यांच्यापर्यंत पोचतं सुद्धा! ते त्यांना आवडतं सुद्धा! पण हे लोक फक्त "त्याला लिखाणाचं वेड आहे" असं म्हणून सोडून देतात. ते मला सिरीयसली घेत नाहीत.

आरसा   : कसे घेतील? तू तरी कुठे पूर्ण जीव ओतून ते करतोस?

मी   : जेवढं करतो ते मनापासूनच!

आरसा   : पण तेवढं पुरेसं नाही. त्याला सातत्याची जोड हवी. त्यामुळे नुसतं बोलून उपयोगाचं नाही. ते करून दाखवायला हवं.

मी   : कसं?

आरसा : तुला वाटतं त्यांनी तुला सिरीयसली घ्यावं?

मी : हो! कारण मी जे लिहितो ते मनापासून
लिहितो.

आरसा : मग आधी त्या गोष्टीसाठी खऱ्या अर्थाने पूर्ण
'वेडा' हो.

मी : म्हणजे?

आरसा : काहीतरी मोठं लिही.

मी : का?

आरसा : त्याशिवाय तुझ्या 'वेडेपणातलं शहाणपण' सिद्ध
होणार नाही.

واع.

८७. तडा

मी　　: स्वच्छ, सुंदर पण तडा गेलेला आरसा म्हणजे?
आरसा : उत्तम टॅलेंट पण फुटकं नशीब!

„.

८८. काय मिळतं?

मी : आपण फार त्रासात आहोत हे दाखवून
माणसाला काय मिळतं?

आरसा : सहानुभूती!

٤٩.

८९. व्वा!

(मी मित्रांसोबत हॉटेलमध्ये बसलो होतो.)

आरसा : काय रे, इथल्या प्रत्येक टेबलवरच्या प्रत्येक
माणसाकडे फोन आहे. तुला गरज नाही वाटत?

मी : नाही.

आरसा : का?

मी : कारण माझ्याकडे माझा मित्र आहे. माझी
माणसं आहेत.

आरसा : व्वा! या लोकांच्या गर्दीत माणूस सापडू लागला
वाटतं!

80.

९०. सुखी माणसाचा सदरा

(मी आरशाकडे निरखून पाहत होतो.)

आरसा : काय शोधतोयस?

मी   : सुखी माणसाचा सदरा!

आरसा : सापडला का?

मी   : हो!

आरसा : कुठे?

मी   : स्वतःच अंगावर घातलायस आणि मलाच
         विचारतो कुठे!

आरसा : (मिश्किल हसत) 'मेरी बिल्ली मुझसे ही म्याव!'
         चक्क तू आणि सुखी!!! चांगलंय!

मी   : मध्येच घडतो असा बदल! पण कायम का
         नाही घडत?

आरसा : कारण तू कायम माझ्याकडे असा निरखून नाही
         बघत. मग बाकीच्यांच्या सदऱ्याचंच फक्त
         अप्रूप वाटत राहतं. आपल्याकडे सुद्धा असाच,
         किंबहुना याहून अधिक सुरेख सदरा आहे हे तर
         पार विसरून जातोस.

११.

९१. किंमत

मी : लोक म्हणतात जगात चांगल्या माणसांच्या
तुलनेत वाईट माणसं खूप आहेत.

आरसा : अरे, वाईट माणसं आहेत म्हणून तर चांगल्या
माणसांची किंमत आहे आणि वाईट माणसांची
संख्या वाढतीये म्हणून तर चांगल्या
माणसांच्या किमती वाढताहेत.

मी : असं काय महत्व आहे या किमतीचं?

आरसा : काय महत्व आहे? या जगात आईचं प्रेम
सोडता प्रत्येक गोष्टीची किंमत केली जाते
आणि काढलीही जाते. एकवेळ पैशाने आपली
किंमत थोडी कमी असेल तरी चालून जाईल
कदाचित, पण माणूस म्हणून ही किंमत सतत
वधारली पाहिजे.

मी : असं का?

आरसा : कारण सरतेशेवटी सगळंच कवडीमोल!
माणसाची माणूस म्हणून किंमत मात्र अनमोल!

९२.

९२. मेलेल्याच्या टाळूवरचं लोणी!

(स्मशानभूमीच्या शेजारून माझी बाइक गेली. अचानक मला ती शाळेत शिकवलेली म्हण आठवली आणि मी बाईकच्या आरशाला प्रश्न केला.)

मी : "मेलेल्याच्या टाळूवरचं लोणी खाणे" ही म्हण कितपत खरी आहे?

आरसा : शत प्रतिशत!

मी : मला नाही वाटत!

आरसा : अनुभवावरूनच या म्हणी तयार झाल्या आहेत.

मी : इतकी अतिशयोक्ती होऊ शकते?

आरसा : माझ्यात नीट डोकावून पाहा. पटेल.

(मला आरशात ॲम्ब्युलेन्स दिसली. त्यात एक माणूस मरणासन्न अवस्थेत होता. माझ्या शेजारून ती आवाज करत गेली. एक जण मरणाऱ्याच्या टाळूवरचं लोणी खात होता. फक्त ट्रॅफिक टाळण्यासाठी ॲम्ब्युलेन्सचा फायदा घेत तिच्या मागोमाग भरधाव वेगाने जात होता.)

१३.

९३. एकरूप

डोंगराच्या कड्यालगत पाय पसरून बसलो होतो. एकटाच!

आल्हाददायक वारं, चहूबाजूला हिरवळ, कोवळं ऊन. बासरीचा मोह आवरणं शक्य नव्हतं. सूर छेडला, तार लागली. त्या अबोल निसर्गाशी स्वरमय संवाद सुरू झाला. निसर्ग आणि सुरांची निरागसता एकरूप झाली. हा अबोल संवाद चिरकाल टिकावा असं क्षणभर वाटलं. पण वेळ आड आली.

बासरीवादन संपलं. मी शांतपणे परतीच्या प्रवासाला निघालो. गाडीच्या आरशाकडे लक्ष गेलं.

आरसा समाधानाने हसत होता. मी त्याच्याइतकाच खुश होतो. त्याच्या आणि माझ्या हसण्यात काडीचाही फरक नव्हता. कदाचित बऱ्याच दिवसांनी आम्ही एकरूप झालो होतो..

त्या सगळ्या गर्दीतून बाहेर पडून थोड्या वेळासाठी तरी एकमेकांना पूर्णतः सापडलो होतो.

24.

९४. धुरकट आरसा

डोंगरदऱ्या तुडवून आलो. पावसात चिंब भिजून आलो. जसा जसा परतीचा प्रवास सुरू झाला तसा तसा बाईकच्या आरशावर जमलेला पावसाचा प्रत्येक थेंब शहराच्या धुराने गिळून टाकला.

हो, शहर आलं. प्रवास संपला. घरचा रस्ता दिसू लागला, पण मनात मात्र प्रवासच घर करून राहिला.

सकाळी धुक्याची दुलई पांघरलेला आरसा तिन्हीसांजेला मात्र धुरकट होऊन माझ्याकडे पाहत राहिला!

९५. पांढरा केस

आरसा : पांढरा केस दिसायला लागलाय.

मी   : हे तर म्हातारपणाचं लक्षण!

आरसा : कदाचित परिपक्वतेचं लक्षण!

९६.

९६. पूर्णविराम

थरथरत्या हाताने पुस्तकाचं शेवटचं पान उघडलं. पुस्तक वाचून पूर्ण होत आलं होतं. शेवटची ओळ वाचली आणि प्रत्येक गोष्टीचा शेवट होतो या भयंकर वास्तवाचं भान आलं. आरशात पाहिलं. माझं खूप वय झालंय हे जाणवत होतं. मी आरशाला शेवटच्या वाक्यानंतरचा पूर्णविराम दाखवला. आता संपलं सगळं अशी भावना माझ्या चेहऱ्यावर होती.

मात्र,

आरशाने पेन उचलला आणि त्या पूर्णविरामाच्या पुढे काही टिंबं दिली...

आणि माझ्याकडे बघून छान हसला. त्या हास्यामुळे वय एकदमच १० वर्षांनी कमी झालं आणि पूर्णविरामापुढच्या टिंबांमुळे आयुष्य १० वर्षांनी वाढलं..........!

आज आरशाने मला पूर्णविरामाकडे (शेवटाकडे) वेगळ्या दृष्टिकोनातून पाहायला शिकवलं.

۹۶.

९७. शेवट

मी   : पुस्तक असो किंवा सिनेमा, शेवटाकडे जाण्याची
           फार घाई झालेली असते मला.

आरसा : मलाही!

मी   : असं का होतं?

आरसा : जाणून घेण्याची उत्सुकता!

मी   : पण एकदा शेवट समजला की मजा संपली!

आरसा : पुढे काय... पुढे काय... या शोधात आपण
           इतके पुढे जातो की पुढे काहीच नसतं.

मी   : कारण शेवटी शेवटाकडे पोहोचणं जास्त
           महत्त्वाचं असतं.

आरसा : पण शेवटाच्या पुढे पोकळी असते. मग वाटतं,
           प्रवासच जास्त सुंदर होता.

٩٤.

९८. वाचव

आरसा : माझा जीव धोक्यात आहे, मला वाचव.

मी : अं..

आरसा : ही तुझ्यासाठी खूप मोठी संधी आहे.

मी : कसली?

आरसा : एकावेळी दोन जीव वाचवण्याची!

मी : कशी?

आरसा : माझ्यासोबत अजून एकाचा जीव धोक्यात आहे

मी : कोणाचा?

आरसा : 'तुझा!'

(माझ्या हातातलं ब्लेड खाली पडलं. हत्या किंवा आत्महत्या होता होता राहिली होती. आरसा आणि मी दोघेही सुखरूप होतो.)

୧୧.

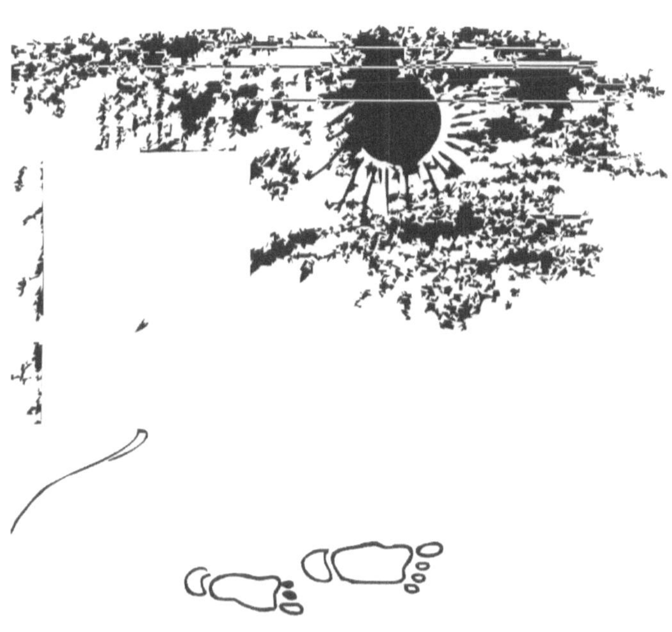

९९. आरसा आणि मी...

आरसा : अच्छा तो हम चलते है।

मी : असं अचानक? थोडा थांब..

आरसा : नको. 'अतिपरिचयात अवज्ञा' नको.

मी : आं? अरे असा एकदमच का निघालास?

आरसा : समोरच्याला कंटाळा येईपर्यंत थांबू नये. सचिन तेंडुलकरने पण त्याची इनिंग्स एका उंचीवर संपवली. कुठलीही सुंदर गोष्ट एक विशिष्ट उंची गाठून थांबवावी हा आपला जाता जाता तुला माझा फुकटचा सल्ला. मी आहेच, पण माझा फार मोह सुद्धा बरा नाही आणि तुला तुझा मार्ग सापडतोय! जा!

मी : एकटा?

आरसा : अर्थात! बेस्ट वे, माझं अस्तित्त्वच नष्ट कर!

मी : पण तू तर माझा अविभाज्य भाग आहेस.

आरसा : असं तुला वाटतंय. पण माझे सगळे भाग अविभाज्य नाहीयेत. बरेचसे अनावश्यक आहेत.

मी : अनावश्यक काय आहे?

आरसा : माझ्यातील नकारात्मकता!

(असं म्हणत आरशाने स्वत:लाच धडक दिली, की माझ्या नकळत मीच दिली? काच निखळली. आरसा खळकन फुटला. तुटलेल्या आरशाचा प्रत्येक तुकडा माझ्याकडे पाहत होता. कोणी दु:खी होता, तर कोणी रडत होता. कोणी उदास होता, तर कोणी निराश होता. कोणी रागीट होता, तर कोणी भीतीदायक होता. कोणी द्वेष करत होता, तर कोणी क्लेश करत होते. नको असलेले सगळे मी निखळून गेले होते. आरशाच्या चौकटीकडे लक्ष गेलं तर एकच तुकडा निखळला नव्हता. तो माझ्याकडे पाहून निखळ हसत होता. कदाचित याच तुकड्याचा शोध चालू होता. जाता - जाता पुन्हा आरशानेच मार्ग दाखवला.)

300.

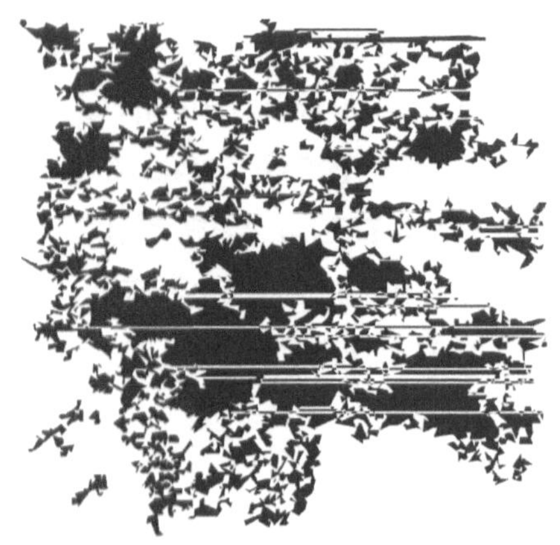

१००. ... आणि मी..

लेखकाविषयी अधिक जाणून घ्या

Instagram ID - @varunbhagwatofficial

Facebook - Varun Bhagwat

YouTube Channel - @varunbhagwat

https://youtube.com/@varunbhagwat?feature=shared

www.ingramcontent.com/pod-product-compliance
Lightning Source LLC
Chambersburg PA
CBHW031536150726
47990CB00001B/199